தேடல் யாது

சக்திவேல் மாரியப்பன்

புக் பெஞ்சர்ஸ்

தேடல் யாது
ஆசிரியர் ©சக்திவேல் மாரியப்பன்
முதற்பதிப்பு 2021
பக்கங்கள் 96

Published by Book Benchers 2021

ISBN 978-93-91423-08-7

TheookBenchers@gmail.com
Contact 9944992571

Afflicated By
Aelay Publish
www.aelaypublish.com

தேடல் யாது

அத்தியாய அண்டத்தில் அணி அணியாய் தொடரும்
எண்ணங்களின் மணி மணியான உருவகமே தேடலாகும்.

" கண்ட காட்சிகளும்,
காணுகின்ற காட்சியது - நொந்திடினும்
காணும் காட்சியானது,
கதிராய் துளிர்த்து,
மணியாய் மலரும் - மனம்
கொள்ளும் மறையான தேடலதுவால்! "

என்பதே தாகம் தீர்க்கும் தனித்துவ நியதி.
தேனுரைக்கும் திவ்யமது மனிதம் அதனில், தங்கியிருக்கும்
தன்மையதனை நாம் இப்புத்தகத்தில் வரிகளின் வரமாய்
காண இருக்கிறோம்.

வஞ்சமில்லா நெஞ்சங்கள் வசீகரீக்கும் தமிழின்
தாண்டவமும் இதில் அடங்கும்.

தொகுப்பாளர்

இவர் பெயர் சக்திவேல் மாரியப்பன்.தாய் தமிழ் கருவாகி, உருவாகிய தென்றலின் தேனமுதாய் விளங்கும் பொதிகையின் பிறப்பிடமே இவரது அமைவிடம் ஆகும்.

பல்லாயிரம் ஆண்டு பழமை கடந்த பழமுதிர்சோலையான பாரிலும், போற்றுதற்குரிய தாயின் தனித்துவத்தையும், பல்சுவையையும் பள்ளிப்பருவங்களில் ஏடுகளின் வாயிலாக கற்றுணர்ந்தார்.

" அர்த்தமுள்ள வரிகள் " எனும் புனைப் பெயரில், தாம் கற்ற தமிழின் இனிமையை கவியின் வாயிலாக காண்போருக்கு விருந்தாக்குகிறார்.

இவர் இருபதிற்கும் மேற்ப்பட்ட தொகுப்பு புத்தகங்களில் இணை ஆசிரியராகவும், ஒரு தொகுப்புப் புத்தகத்தின் தொகுப்பாளராகவும் அங்கம் வகித்தவர்.

இவர் " சொல் வித்தகர் " , " காவிய நாயகன் " , " புத்தாக்கக்கவி " , " எண்ணங்களின் சங்கம் " மற்றும் " செம்மொழி விருது " ஆகிய விருதுகளைப் பெற்றுள்ளார்.

" ஊற்றெடுக்கும் உள்ளத்தில் ஊறில்லா உதவியே சீறில்லா பெயராகும் "

என்பதே இவரது குறிக்கோள். அகத்தின் வெளிப்பாடாய்,அன்பின் உருவகமாய் அகிலத்தில் அடியெடுப்பதே இவரது நோக்கமாகும்.

ஆத்ம தேடல்

அடர்மிகு வனமதில் உதித்திட்ட,
கணம் தொடந்து பதித்திட்ட,
பாதம்வரை பற்றுரைக்கும்
பல தேடலதுவை!

யாம் தொட்ட யுறை முதல்,
உண்டி யதை தீட்டி,
உடைமை யதனை புகுத்தியது - எவரோ!

மதி அதை ஏருட்டி,
தெளி வதை தளிரிட்டு,
அற மதை அறிவித்தவர் - எவரோ!

கணம் கணம் தோன்றி,
தினம் தினம் மறையும்,
பதியிலா பொதுவை பதித்தவர் - எவரோ!

பயனிலா பொன் தொடங்கி,
சமனிலா சகிப்பு வரை,
சன்மார்க்கம் யென்று சபித்தவர் - எவரோ!

யாதொன்றும் நிலையில்லை
எவையொன்றும் வினையில்லை

நீயொன்றும் தடையில்லை,
நானொன்றும் விலக்கில்லை,

அவையொன்றும் அகமில்லை - நின்று
அன்பொன்றே ஆத்மம் நிலைக்கும்
தேடலதுவே!

- சக்திவேல் மாரியப்பன்

உள்ளங்களின் உருவகம்

இனிதே

துவக்கம் பெறும்!.

தெரியாத தேடல்

மனதில் பிறக்கும் ஆசை எல்லாம், வழியில் தேடி
கொண்டே செல்லும்,
என் பார்வைகள்.

பார்க்கும் பண்டங்களை எல்லாம் ரசித்து, கொண்டே
செல்லும் என் உள்ளத்துக்கு, தெரியவில்லை இது
கற்பனையின் களிப்பென!
சிலவற்றை காணும் போதே வெறுத்தேன், எனக்கு
பிடிக்கவில்லை என,

ஆசையும் பிறந்து கொண்டே இருக்கிறது, வழிகளும்
வளர்ந்து கொண்டே இருக்கிறது.

பார்வையும் விழிக்காமல் உறங்கி, கொண்டே தேடுகிறது.
கனவிலும் என் தேடல் எதற்க்கு என, தெரியாமலே என்
வாழ்க்கை போல வந்து சென்றதனால்!.

- நாமக்கல் செந்தில்

நாடுவளர நம்வாழ்வு வளரும் என நல்வாழ்வைத் தேடித் தேடி அலைகின்றேன்

காலை மாலையென காலம் செல்ல, கலக்கம் என்பதோ
வாழ்வில் வழக்கமாக, வந்துசெல்ல!

நித்தமும் தோல்விகள் துரத்திக்கொண்டு, வருவதால்
வெற்றிக்கான பாதைகள் எங்கே?
என நித்தமும் வாழ்வில் தேடித் தேடித் தான்
அலைகின்றேன்.

முயற்சியோடு படிக்கச் சென்றேன்,
முடிந்த வரையில் பயிற்சி செய்தேன்,
பட்டங்கள் பல பெற்றேன்.
பணியேதும் கிடைக்காதா?
என வாழ்வில் தேடித் தேடி தான் அலைகின்றேன்.

சாதி,மதம்,இனம் என பாகுபாடுப் பார்த்து, இழிவுகளை
இனிமை என நினைத்து, வாழும் வீண்மனிதர்களுக்கு
மத்தியில்,

வாழ்வில் மனிதம் என்ற மகத்துவத்தை, மட்டுமேப் பார்த்து
மனிதாபிமானத்தோடு வாழும் மனிதர்கள் எங்கே?
என வாழ்வில் தேடித்தேடி தான் அலைகின்றேன்.

நாடுகள் பல வளமோடு இல்லாவிடினும் வல்லரசாகமல்
இருக்கிறதே!

நலமோடும் நல்வளமோடும் இருக்கும் நம் நாட்டை
வல்லரசு ஆக்கும் வலிமை நிறைந்த மாணக்கர்கள் எங்கே?
எனத் தேடித் தேடி தான் அலைகின்றேன்.

நாடு வளர்ந்தால் நம் வாழ்வும் வளரும் என்ற
நம்பிக்கையில்!.

- நெல்லை சதிஸ்.

நான் தேடியது

என் கனவை தேடி என் பயணம் கடந்து போகும், என்
லட்சியம் தேடி என் சிந்தை பறந்து போகும்.

ஆசான் என்பது நல்ல பணி அதனைத், தேடி நானும்
சென்றேன்.
கவிஞன் என்பது நல்ல வினை காதலைத், தேடி நானும்
சென்றேன்.
மருத்துவம் என்பது காக்கும் பணி அதனைத் தேடி நானும்
சென்றேன்.

காவல் என்பது கடமை அது நாட்டைக், காக்க நானும்
சென்றேன்.
உழவு என்பது உயிர் கொடுத்தல் வயலைத் தேடி நானும்
சென்றேன்.
மக்களைக் காப்பது நல்ல செயல் மனிதம் தேடி நானும்
சென்றேன்.

மனதும் கொஞ்சம் வலித்தமையால், கால்நடை தேடி
நானும் சென்றேன்.
எல்லாம் தேடித் தேடிச் சென்றேன் தேடல் முடிந்து சோர்ந்து
சாய்ந்தேன் - எதுவும்
என்னால் முடியவில்லை வீட்டைத் தேடி நானும் சென்றேன்.

- சு. சிவனேஸ்வரன்

என் இலட்சியம் நோக்கிய தேடல்

எதற்கு பிறந்தேன் என்று எண்ணிய போது, எதையாவது
சாதிக்க வேண்டும்
என்ற பித்து!

ஓடிக் கொண்டிருந்தேன் என் தேடல்
எது என்று?
நான் நிர்ணிக்கும் வரை!

தீர்மானித்து நின்றேன் நானும் இங்கு, செல்ல வழி
இல்லாமல் வழிப்போக்கர் போல் சென்றேன்.
எட்டி பிடிக்க கை இல்லாமல் நிற்கிறேன் நானும் இங்கு.

தேடிக்கொண்டே இருக்கும் தேடல்வாதியாய் மட்டும்
அல்லாமல்,
என் தேடலை தேடிக்கொண்டே இருக்கும் தேவதையாய்,
எப்போது அதை அடைவேன் என்ற வைராக்கியத்தில்!.

- த. அருணா

நான் வெல்லும் காலம்

காலங்கள் கடக்கின்றது என்றே கவலை கொண்ட மனம்,
கானல் நீராய் போய்விடுமோ என்றே ஏக்கம் கொண்ட
மனம்,

நம்பிக்கை ஊட்டிட ஆளில்லாமலே, தவிக்கின்ற மனம்,
தன்னம்பிக்கையை விதையாய் ஊன்றி, விருட்சமாய்
எழுந்திட நினைக்கும் மனம்.

அடிப்பட்ட இடத்திலே மிச்சமாய் எஞ்சி நிற்பது
அவமானங்கள் மட்டுமே! அவமானங்களை கண்டு
அழுதிட்டு, அடங்கிப் போகிடாத மனம் மீண்டும் எழுந்தேன்.

முட்டி மோதினேன், தோற்றுப்போனேன், சளித்துப்
போய்விடவில்லை.
சாதனை நிகழ்த்த போகின்றேன் ஒருநாள் நான் வென்று
தீரும் - அந்நாளைத்
தேடும் மனம்!.

- கு.ரமேஷ்குமார்

தன்னைக் காண ஒரு தேடல்

தான் யாரென்றே தேடலில் தொலைந்து கொண்டிருந்தாள் அவள்.
குழப்பங்கள் பல இருப்பினும் பெரும் நம்பிக்கையிலும் நிறைந்திருந்தாள் அவள்.

மனதிலிருக்கும் இலக்கை எட்டிட இயலுமா?
தன் குறைகளனைத்தும் களைய இயலுமா? எனும் சிந்தனையில் மூழ்கி இருந்தாள் அவள்!

பல போராட்டங்களைக் கடந்து,
தான் ஒரு கற்பனை எல்லைக்குள்,
சுற்றிக்கொண்டிருக்கிறோம் என உணர்ந்தவள்,

தன் சிந்தனையின் எல்லைகளை அழித்தாள்,
கேள்விகேட்கும் விதத்தை சிறிது மாற்றினாள்.

அர்பங்கள் அகன்று பல அற்புதங்கள் தன்னில் நிகழ்வதாய் உணர்ந்தாள்,
பெரும் புத்துணர்ச்சி பெற்றவள் - தன் அகத்தின் தேடலுக்கு தன் வாழ்வின் தேடலுக்கு விடையறிந்தாள்.
அவள், முதலில் தாம் எல்லையற்றவள் என உணர்ந்தாள்.
இலக்கு எதுவாயினும் தன்னால் - தன் தன்னம்பிக்கையுடன் அடைந்திட இயலும் என உளமார உணர்ந்தாள்!

எப்படி நிகழும் என்ற கேள்விகளை விடுத்து,
தான் எப்படி நிகழ்த்த என்ற - கேள்வியை மனதில் பதித்தாள், பதிலும் அளித்தாள்!

தன்னை நோக்கிய தேடலில் விடை அறிந்தாள்,
தன்னைக் கண்டறிந்து மீட்டெடுத்தாள். நிகழுமா என்றல்ல நிகழ்த்துவேன் என்ற தன்னம்பிக்கையோடு தொடர்ந்தால்,

விடாமுயற்சிகொண்டு தான் எண்ணுவதை ஈடேற்றலாம் எனத் தெளிந்தாள்,
தேடலில் தொலைந்த அவள் தெளிந்து, மீண்டெழுந்து வந்துவிட்டாள்!.

- ச. த. ரேணுகா

உலக மாற்றத்தின் ஆசைகள்

விவசாயத்திற்கு உரிய மரியாதை கிடைக்க ஆசை,
நாட்டு பற்றுடன் இருக்கும் இளைஞர்களை உருவாக்க ஆசை,

பெற்றோருக்கு "ஈன்ற பொழுதினும்" என்னும் குறளை உணர வைக்க ஆசை, பல கலைகள் கற்ற தேர்ந்து விளங்க ஆசை,

பெண்ணை ஒரு உயிராக மதிக்கும் ஆண்கள் இருக்கும் உலகம் பார்க்க ஆசை, முதியோர் இல்லம் இல்லாத ஞாலம் காண ஆசை,

மதிப்பெண்ணுக்காக இல்லாமல் அறிவுக்காக நடத்தும் பாடம் கற்க ஆசை, சாதி, மத பற்றி பேசாத உலகம் காண ஆசை,

ஏழை என்ற சொல்லை இல்லாத நாட்டை பார்க்க ஆசை,
புறாவின் நிற மனசு கொண்ட மக்களுடன் வாழ ஆசை,

பணத்தை விட அன்பை பெரிதாக கருதும் மக்களை சந்திக்க ஆசை,
எதன் மீதும் பற்று இல்லாமல் அனைவருக்கும் உதவ ஆசை,
தமிழ் அன்னையை நெஞ்சில் சுமந்து வாழ ஆசை.

- அ.ர.கவிதா

தேடல் நெடிது

உயிர் இல்லாது உடலும் வாழாது,
தேடல் இல்லாது உயிரும் பூமியிலேது!
தேடிச் செல்லாத வாழ்க்கைப் பயணங்கள், ஓடாது நிற்கும்
கடிகார முட்களாய்.

மேகத்தின் தேடல்கள் தானே மழையாய் பொழிகிறது.
சோகத்தின் தேடல்கள் தானே கண்ணீராய் வழிகிறது.

பணத்தின் தேடல்கள் தானே பகையில் முடிகிறது,
பாசத்தின் தேடல்கள் தானே.. உறவாய் மலர்கிறது.

வில்லில் புறப்படும் அம்பின் தேடலது
இலக்கை அடைந்ததும் இன்பம் தந்திடுது,
வீணையின் நரம்பில் விரல்களின் தேடலது
இசையாய் பிறந்து இதயத்தை கவர்ந்திடுது

கண்ணை மூடிய கனவின் தேடலில், உள்ளத்தின் ஆசைகள்
உருவம் பெறுகிறதே!

மண்ணை முட்டும் விதையின் தேடலில், வேர்கள் புதைந்து
விருட்சமாய் வளருகிறது.

நிதர்சனங்களைத் தேடியதும் - திரும்பிப் பார்த்தால் என்
வாழ்வில் பல நினைவுகள் ஆயிரம் கதைகள் சொல்கிறதே!

"நிம்மதி" என்ற ஒன்றை மட்டும்,
நிதம் தேடி மனமும் - நானும் அலைகிறேனே!.

- பா.சரவணன்,
கம்பம் பள்ளத்தாக்கு,
தேனி மாவட்டம்.

வேலையில்லா பட்டதாரி

நீர் தேடும் நிலம் போல்,
தினம் தேடி அலைகிறேன் வேலையை!

பெண்ணுக்கு சேலையும்,
ஆணுக்கு வேலையும்,
எளிதில் கிடைப்பதில்லை.

காளையை அடக்குபவனுக்கு பெண் கொடுத்த காலம் போய்,
கவர்மெண்ட் மாப்பிள்ளைக்கு பெண் கொடுக்கும் நிலை வந்துவிட்டது.

தேடி அலைகிறேன் வேலையை பட்டதாரி எனும் பட்டம் கூட காற்றில் அறுந்து, தொலைந்தேதான் போகுமோ என விளங்காமல்!.

- மணிராஜ் .பா

நிம்மதி தேடும் நான்

நிதர்சனமான வாழ்வினிலே,
நான் தேடும் வரம்
நிம்மதி!
உடல் களைப்புக்கு ஓய்வு தந்தும்,
மனக் களிப்புக்கு, நான் தேடுவது
நிம்மதி!

வாழ்வின் துயரங்களை சமாளித்து, துயிலுறங்கச்
செல்லும்முன்,
நான் தேடும் சுகம்
நிம்மதி!
தைரியமும் தன்னம்பிக்கையும் நிறைந்து, ஒரு செயலை
தொடங்குகையில்,
நாம் தேடும் துணை
நிம்மதி!

நான் வாழவிருக்கும் வாழ்வதனில், வெற்றிகள் தாண்டி,
தோல்விகள் தாண்டி,
இன்பங்கள் கடந்து,
துன்பங்கள் மறந்து,
என் முழு நேரத் தேடல்
நிம்மதி மட்டுமே!.

- சந்தியா முரளிதரன்

என் ஆழ்மனத் தேடல்

கலையாத கனவுகள்,
என்னுள் பல உண்டு.
நிறைவேறாத எண்ணங்கள்,
அதிலுண்டு.

வருங்காலத் தேடல் பல உண்டு.
எனக்கான தேவைகள் அதிலுண்டு.

தொலைத்த படிப்பைத் தொடரவேண்டும், அதில் என்னை
தகுதி படுத்த வேண்டும்,
எனக்கான அங்கீகாரத்தை பெறவேண்டும், அதன் மூலம்
என் உரிமைகளை, மீட்டெடுக்க வேண்டும்.

எனக்கு பிடித்த வேலையில் சேர வேண்டும்.
என் கடமைகளை செவ்வென நிறைவேற்ற வேண்டும்.

என் திறமைக்கு உரிய ஊதியம் வேண்டும்.
எதையும் செய்யும் பலம் வேண்டும் -அதை நிறைவேற்றும்
துணிவு வேண்டும்.

- சு. கோகிலா

தேடல் நாட்கள்

தேடினேன் தெரியாத மனங்களையும், எனக்குறிய
வண்ணங்களையும்,

திரிகிறேன் என்னவள் தேடி, தொலைகிறேன் தேன்நிலவை
நோக்கி,

எண்ணம் புரியா உலகில் என்
எண்ணங்கள் தேடினேன்.
என் இன்பங்கள் தேடினேன்
என் முடிவையும் தேடினேன்

வாய்ப்பையும் தேடினேன்,
போகும் நாட்களையும் தேடினேன் வாய்ப்பிழந்தேன்.

என் தேடல்களில் தேடல்கள் மட்டும் ஏனோ?
தேடிக்கொண்டே என் நாட்களும்,
பயணிக்கிறது.

- ஸ்ரீதர்.ரா

வெற்றியின் தேடல்

என் தேடல் உனக்கானது,
உன்னைப் பற்றியது.
என் வாழ்க்கைத் தேடலில் நான் அடைய, விரும்பும்
மாணிக்கம் நீ!
நான் உணர விரும்பும் தேடல் நீ!
விடைத்தாளின் விடையைப் போல், தேடுகிறேன்.
விடை தேடும் என் இலட்சியத் தேடலில்.

ஒவ்வொரு இழப்பும், ஒவ்வொரு இலாபம்.
ஒவ்வொரு ஏமாற்றமும், ஒரு எச்சரிக்கை.
ஒவ்வொரு வெற்றியும், ஒரு அனுபவம். ஒவ்வொரு
தோல்வியும், ஒரு வாழ்க்கைப் பாடம்.

எனது தேடல்களுக்கு முற்றுப்புள்ளி நீ,
என் ஏக்கத்திற்கான தீர்வு நீ,
என் இலட்சியம் கைகூடும் நாள் வெகுதூரமில்லை.
நான் வெற்றியை சுவைக்கும் நாளும் வெகுதூரமில்லை.
காத்திருக்கிறேன் அந்நாளுக்காக!.

- Priya

சிறகின் தேடல்

பறவையென பறக்க பாவை அவள், சிறகை விரித்தபோது
சிறகொடிந்து, காற்றாடியாய் சிக்கிக்கொண்டாள்.

நூலின் கைகளில் சிறகொன்றை தேடி, சிந்தையில்
கனவுகளோடு சிறகடிக்க, முயன்றபோது சிறையிலிடப்
பட்டாள்.

சிறு புன்(ண்)முறுவலுடன் ஆசைகள் கொண்டு,
அக்னிச்சிறகுகள் தேடி,
தங்கச்சிறகுகள் வாங்கி,
அடுப்படியில் அகப்பட்டுக்கொண்டாள்.

அம்மா என்ற மினுக்குடன்,
அப்பாவின் கைக்குள்,
கணவனின் மீசைக்குள் ஒளிந்து கிடக்கும்.

சுதந்திரத்தை தேடி தொடருது ஒரு பயணம்!.

- நந்தினி

திகட்டா என் தேடல்கள்

அடர்ந்த செயற்கை காடு - அதில்,
அழகாய் சிறு வீடு,
திகட்டா என் தேடல்கள்!

அருகில் சிறு ஓடை,
அலையடிக்கும் மலர்வாடை,
திகட்டா என் தேடல்கள்!

ஆசைகள் சில கனவாய் ஆர்ப்பரித்தன,
சில நினைவாய் அலையடித்தன,
திகட்டா என் தேடல்கள்!

இசைகள் பல வண்ணங்களாய், இழையடிக்கும் கவிதை
எண்ணங்களாய், திகட்டா என் தேடல்கள்!

ஈன்றெடுத்த கதை பக்கங்களாய், ஈடுகொடுக்கும் ஓவிய
வெட்கங்களாய், திகட்டா என் தேடல்கள்!

உலகில் நான் தனிவாசியாய்,
துணை என் கைப்பேசியாய்,
திகட்டா என் தேடல்கள்!

தெவிட்டத் தெவிட்ட - என் தனிமையை
யாசித்து, வாசித்து
நேசித்து, வசித்து
ருசித்து, ரசித்து - வாழ்ந்திடவே
திகட்டா என் தேடல்கள்!.

- காவியா செங்கொடி

என்றும் நம்பிக்கை

உலகங்களுடன் பூத்த பூவாய்,
உலகங்களுடன் உதிர்ந்த பூவாய்,
உலகங்களுடன் முயற்சிக்கின்றேன் - என் லட்சிய கனவை
நோக்கி!
உலகங்களுடன் உயிர்ப்புடன் வாழ,
அனு தினமும் உழவுத்தொழிலைத் தேடி,
ஏக்கம் கொண்டு மனமோ இன்பம் தரும் இயற்கையினை
தேடி!

உலகங்களுடன் என் அடையாளத்தை தேடி
உயிராக கருதும் கனவு நிறைவேற- நானும் பூமியும்
இணைப்பிரியாமல், அடையாளத்தை தேடிக்கொண்டே,
முயற்சிக்கின்றோம்.

என்ன அடையாளம் என்று அறியாது?
என் முயற்சியை கைவிடமால் என் கனவு நிறைவேறும்
வரை முயற்சிப்பேன்.
என் முயற்சியை கைவிடமால் முயன்று, கொண்டே
இருப்பேன் என் கனவு நிறைவேறும் வரை!

- செ.சினேகா

திருப்பத்தூர் மாவட்டம்.

என்னுள் எழும் கேள்விகள்

என் தேடல் மனித மூளையைக், காவுகேக்கும் - அத்தேடல்
பல கேள்விகளை எழுப்பும்!

ஆழ்கடலில் என்ன உள்ளது?
பால்வழி அண்டத்தில் என்ன உள்ளது?
அனைத்தையும் படைத்தவன் யார்?
என்னுள் பேசுபவன் யார்?

உயிர்களை இயங்குவது யார்?
உயிரினங்கள் மனிதர்களின் அடிமையா?
மனிதன் மூளைக்கு அடிமையா?
மூளை மனதிற்கு அடிமையா?
மனம் யாருக்கு அடிமை?

என்ற கேள்விகள் என்னுள் பிறந்து என் உறக்கத்தைக்
கலைக்கின்றன ஏனோ?
இவற்றை எல்லாம் ஏன் சிந்திக்கின்றேன்? என்ற கேள்வியும்
என்னுள் எழுகிறது.

இவை யாவும் அறியத் தேடித்
திரிகிறேன் நானும்!.

- பா.பிரியன்பாபு

என்னுள் தொடங்கி என்னுள் முடியுமா

தேடித் தேடி ஓய்ந்துப் போய்,
நான் அமர்ந்திருக்கும் நேரத்தில் - இன்னும் தொடரவே
இல்லை அதற்குள் ஓய்ந்தால் எப்படி என்று என் உள் மனம்
சொல்ல,

முயற்சி செய்தால் என்ன என்று நான் நினைக்க,
என்னை நானே தேற்றிக் கொண்டு முன்னேச் செல்கிறேன்.

என் தேடல் என்னவென்றால் என்னை ஊர் அரிய வேண்டும்
என்றல்ல,
என்னை நான் அறிய ஒரு தேடல்!

என்னுள் தொடங்கி, என்னுள் முடியுமா? அந்த தேடலுக்கு
உயிர் இல்லை,

நான் உயிர் கொடுப்பேன் என் வரிகள் மூலம் என்
எழுத்துக்களில் வாழும் என்றும் அழியாமல்!.

- P.Rithika

உயிர் மூச்சான தேடல்

சேயில் தேடியது தாயின் கதகதப்பை, மூன்று வயதில்
முன்னூறு பொம்மைகளை,
ஐந்தில் அரற்றாதப் பள்ளி பரிசமீது தேடல், முதல் முதலாக
மிதிவண்டியின் மீது மயக்கம்.

கனவில் கண்ட கனவுகளை நினைவாக்க ஓட
நெஞ்சில் வஞ்சமில்லா நல்ல நட்பை நாடி நிற்கும் வரை,

நட்பு கொள்ள பரிதியாக மிளிர - சிகரம் தொட்டுச் சிறக்க
கைகோர்த்து கதைக்க, என் மீது மட்டும் ஆசையுள்ள
ஆண்டகையை கண்டறிய

பிணியில்லாது பிழைக்க செல்வத்தைச் செப்பனிட்டுச்
சீரமைக்க,
இதயத்தை இழக்காது, இன்பத்தை இறுக்கிட,
இலக்கை இறக்கும் வரை இயக்க, இறந்தும் பிற உயிர்
மூச்சில் முழுமையாக
கலந்திருக்க தேடல்!.

- தாரகை.

ஒரு பானை சோற்றிலிருந்து சிதறி விழுந்த பருக்கையாய் நான்

மிதித்து என்னை சிதைத்து வாட்டும், நிமிடங்களாக என்
வாழ்க்கை.
மழை விட்ட பின் குட்டையாய் குறுகிப்போன நான்.

தொலைவிலிருந்து என்னை எள்ளி நகைக்கும்
குழந்தையாக என் வாழ்க்கை.
குற்றமற்றுக் கலங்கி வாடும் என்னை, குறுக்குவிசாரணை
நடத்தி தெளிவுற எண்ணும் என் மனம்.

குட்டையானாலும், குழம்பியதால் என்னவோ குறிக்கோள்
அகப்பட்டது குமுறி அழும் என் மூளையினுள்!

எதிர்காற்று என்னை சூழ,
எட்டிப் பறக்க எண்ணும் பட்டாம்பூச்சியாய் சிறகை
விரித்து, சிரம் உயர்த்தி,
சிறையிலிருந்து வெளிப்பட்டேன்,
நாளைய நல்வாழ்விற்காக!.

- தரங்கிணி முருகன்

தேடல் எனும் வினா

தேவையே தேடலின் ஆரம்பம்,
தேவைக்கு முடிவில்லை,
தேடல்கள் முடிவதில்லை.

வெற்றியை தேடுகிறேன்,
சிதைக்கப்பட்ட கனவுகளுக்குள். தோல்வியை ஏற்றேன்,
பரிசு அளிக்கப்பட்ட அவமானங்கள் பலவற்றுடன்.

இன்பம் ததும்ப வாழத் தொடங்கினேன், என்ன அலைகள்
என்னை மோத. கனவுகளுடன் காத்திருக்கும், காவியத்தின்
கதையாய்.

எதையோ இழந்து விட்டு,
அதைத் தேடும் பலர் நடுவே,
இதை இழந்துவிடக் கூடாது என்று,
அதைத் தேடி அலையும் நான்.

திறந்த கண்களோடு, தினமும் ஒரு கண்ணாம்பூச்சி
ஆட்டம், கனவுகளைத் தேடி. தேடலை வினாவாக கொண்டு
நிற்கையில், கிடையாது போகிறது என் பேனா மையும்!.

- சதாக்ஷி. சி

எழுத்துக்களின் வடிவமாய்

வாழ்க்கையின் தேடல்,
என்னவென்று அறியா பருவம்.
பாரதியை தேடி ஓடிய கணங்கள் -இன்றும் நினைவுகள்
ஓடினால் இதழ்சிரிப்பில், கசியும் கண்ணீர்.

வாழ்க்கை யாருக்கானது என யோசித்த ஒரு கணம்,
பின்பக்க நினைவுகளை திருப்பிக்கொண்டிருந்த என்னை,
முன்பக்க கதவுகளை திறந்தது என் கனவு.

என் கனவுகளுக்கு செவிசாய்த்த நான், திரும்பினேன்
வருத்தங்கள் அழைத்தன எனை நண்பனாய்!
துச்சமென கருதாது எழுந்த என் கண்களுக்கு ஒளி
கொடுத்த வெய்யோன்!

சிறு சிறு தேடல்களில் மனநிறைவு பெறும் என்ற
எண்ணத்தை,
உதரவிட்டு நடந்த என் கால்களுக்கு, எட்டாக்கனி என்ற
கனியை என் எண்ணத்தில் பதியவிட்டான் கடவுள்.

எட்டாக்கனி என்றால் என்ன?
எட்டியக்கனி என்றால் என்ன?
முயற்சி செய் என்ற மனம்,
ஒரு கணம் தயங்கியது எதிரில் நின்ற தோல்வியைக்
கண்டு.

நிரந்தரமில்லா தோல்வியை நிதர்சனமாக, தூக்கியெரிந்த
என்னிடம் கிடைத்த அறிய வாய்ப்பு,
ஏணி என்ற எழுதுகோல்!
எழுத எழுத பழகும் எழுதுகோலுடன், ஒன்றிணைந்தேன்
எண்ணத்தோடு!

எட்டாக்கனி எட்டியக்கனி போல் மாறியது, ஓடிய கால்கள் ஓய்வெடுக்கும் என எண்ணிணேன்.

ஆறடியில் அடங்கும் வரை தேடலின் பயணம் எழுத்துடன் தொடரும்.
அடங்கிய பின்னும் வாழ்வேன் இவ்வுலகம் தேடி ஓடும் எழுத்துக்களில்!.

- இந்திரலட்சுமி. இ

தேடுவது எல்லாம் காதல்

தேடி போகிறேன்
கொடியிடை அழகியை,

இணை விழிகள்,
எனை நோக்கி,
கணையென எய்தும்,
பார்வை அம்புகள்.

பாவை வாசம்
நாசி வழிச்சென்று,
நரம்புகளை ஆட்கொள்ள,
இரும்பு இதயமும்
இளகி போனது.

அவளை தேடி போனவன்,
அவளுள் தேட ஆரம்பித்தேன்.

உள்ளங் கால் முதல்,
உச்சந் தலை வரை,
கண்டிடாத சொர்க்க சுகத்தை, காரிகையிடம் தேடி
பார்த்தேன்.

உலகில் எந்த மலரிலும்,
இல்லாத நறு மணத்தை,
இவள் காற்றில் பரப்பினாள்.

மங்கை நறு மணத்தின்,
முகவரி தேடி பார்த்தேன்.

எழிலரசியின் குரல்,
எந்த வகை இசை
என வினவி தேடினேன்.

அவள் அழகின் அளவை,
கவிதையாய் நான் இயற்ற,
வார்த்தைகளை தமிழில் தேடினேன்.

அவளை தேடுவதும்,
அவளிடம் தேடுவதும்,
அழகான காதல்.

எத்தனைமுறை தேடியும்,
எனக்கு சலிக்கவில்லை,
மறுமுறை தேட!.

- இராகுல் கலையரசன்

கவித்தேடல்

கருவறையில் துவங்கியது தேடலின், அவசியம் -
அம்மாவின்
முகம் எவ்வாறோ என்று!

ஏக்கங்களும்,ஏமாற்றங்களும் - எதையோ தேடி தேடி நாமே
தொலைந்து,
போவதால் தான்.

வாழ்க்கையின் அர்த்தம் புரிந்தது ஒருநாள், அன்று
துவங்கினேன் தேடலை,
அனைவரும் உயர்ந்தபடி பார்க்கும் என் இலட்சியம் என்ன?
என்று!
பல நாட்கள் விடை தெரியாமல் அலைந்து, பின்னாளில்
உணர்ந்து நின்றேன்.

அனைவரையும் இரசிக்க வைக்கும்,
இரசனை என் பேனா முனையில் என்று! அந்த நொடி
தொடங்கி தேடல் அதிகரிக்க ஒவ்வொரு கவிகளிலும்
ஆர்வம் கூடிப்போக,

எனது கவிகளிலே சிறந்ததை காண தேடல் பயணம்
எனக்குள்,
தினம் தினம் புதுமையான தேடல்கள் என்னுள்
மொழியற்ற உணர்வால்!

முடிவுகளே இல்லாத தேடல்,
கவிதையால் நிறைந்தது,
பேனாவின் மீது கொண்ட அளவற்ற காதலால்!

தேடிக் கொண்டே இருக்கிறேன் பேனாவின், ஒவ்வொரு
மைத்துளியிலும், கவிக்காதலை!.

- நர்மதா.ச
கள்ளியின் கிறுக்கல்

தேடல் தீரா

தேடலிலே தேய்கிறது என் நாட்கள் இந்நாள் வரை,
ஏங்குதே என் தேடலும் தேவைகள் தீராதா என்று!

தேவைகளை நிறைவேற்ற கல்வியை, தேர்வு செய்து
கடனாளியானேன்.

எத்தனை படித்தும் பணமே என்னை
தேர்வு செய்ய,
என்ன செய்ய எனத் தெரியாமல், கூட்டத்தோடு கூட்டமாய்
ஓடிக்கொண்டு, இருக்க,

எட்ட முடியா உயரத்தில் - என்
கனவு கனிகள் இருக்க,
எட்டிப் பறிக்கும் வெறியில் நான் இருக்க!

இடையில் ஏமாற்றங்களோ ஏராளம், அவமானங்களோ
ஆயிரம் ஆயிரம்,
சிரித்து கொண்டே ஏற்கிறேன்.
எனக்கு ஆசைகள் தாராளமாய் இருப்பதால்!

சிரிப்பதால் பித்து அல்ல நான்,
காத்திரு

காலம் எனக்கு பதில் சொல்லும் வரை, உனக்கு நான்
பதிலளிக்கிறேன்.

ஏளனம் செய்ய வந்த கூட்டத்தோடு தாங்கி பிடிக்க சில
கைகளும்,

இடரி விழுந்து முடியாதோ என நானே தடுமாற,
வார்த்தைகள் தர நண்பர்கள் வர,
வலிகள் படிகள் ஆனது.

என் தேடல்களை அள்ளி கொஞ்ச ஆசையே!
ஓட்டத்தை தொடர்வேன்,
பதில் கிடைக்கும் வரை!.

- Maryam Ahamed jeelani sikkander

காத்திருக்கிறேன்

அம்மா இந்த ஒற்றை
வார்த்தைக்காக காத்திருக்கிறேன்!
ஒரு பெண் தாய்மை அடையும்,
நேரத்தில் தான் முழுமையடைகிறாள்.

என்னை முழுமையடையும் வைக்கும்
என் தாய்மைக்காக ஒவ்வொரு மாதமும், காத்திருக்கிறேன்.

என்னை அம்மா என்று அழைக்க போகும், என் உயிருக்காக
காத்திருக்கிறேன்.

என் பெண்மையை புனிதமாக்கும், தாய்மையை கருவாக
சுமக்க, காத்திருக்கிறேன்.

இன்னும் என்னை காத்திருக்க வைக்காமல்
என்னுள் விரைவாக வந்துவிடு,
என் தங்கமே!

உன்னை எதிர்நோக்கி காத்திருக்கும் உன் அம்மா!.

- Jeniffer Daniel raja

காதல் கண்மணியே

காதல் கரைந்தோடும் கண்மணியே!
வீரம் விளையும் விண்மீனே!

மனமிங்கே மலராக மாறுவதேனோ! குவியங்கள்
குழலோடு சேருவதேனோ!

ஆற்று நீரில் அலையானாய்!
நிலவின் ஒளியில் மீனானாய்!

முகிலவன் கருமை கரைவதேனோ? பகலவன் வருகை
தருவதேனோ?

தொட்டால் உயரும் சிலையாக,
எட்டாக் கனியாய் நீநின்றாய்!

திகட்டும் அன்பை பொழிந்தேனும், திக்கெங்கும் உன்னை
அழைப்பேனே!

தேடல் கொண்டு திரிந்தேனும்,
தினமும் உன்னை உணர்வேனே!.

- ரஞ்சனி பழனிசாமி

கனவின் தேடல்

ஐந்தறிவு உயிர்களுக்கு
இரை தேடும் தேடல்.
ஆறறிவு எனக்கும் உண்டு
தேடலின் தேவையும் உண்டு.

நொடிப் பொழுதில் மறைவதற்கு
என் கனவென்ன மாயயையோ?
நான் மறைந்திடினும்,
மறையாது நிற்பவை அவைகளே!

ஊனிலும், உடலிலும்,
ஓரிடம் விடாது,
ஊடுருவி ஓடுகின்றனவே!

நளினத்தில் நாட்டியம் ஆட,
கவிஞராய் கவியும் புனைய,
கல்வியில் கால் தடம் பதிக்க,
காதலில் காவியம் வரைய,

ஈகையில் இன்புற்று வாழ,
தனிமையை இனிமையாய் மாற்ற, துரோகங்களைத்
துண்டித்துச் செல்ல,
மங்கையின் மடமையப் போக்க,
ஆண் எனும் ஆணவம் அழிக்க - என

என் எண்ணங்களின் எண்ணிக்கையோ எண்ணிலடங்கா!
இதயத்தின் துடிப்பினிலும்,
கனவுகளின் பிரதிபலிப்பே!

துடிப்பின் ஓசை அடங்கும் முன்னே,
என் தேடலும் வழி காணுமா?
காணும் வழி முழுதாய் எனதாகுமா? தேடலின் பாதையில்,
என்றும் நான்!.

- தே.ஷாரிகா

வாழ்வின் தேடல்

வாழ்க்கையில் பல தேடல்கள் இருக்கலாம்.
வாழ்க்கையே தேடலாக இருக்கக்கூடாது.

தேடலில் வேண்டும் பலரின் சாயங்கள், தப்பியும் வேண்டா
அவர்களின் சாடல்கள்.

அப்பாவின் அரவணைப்பு,
ஆயுள் முழுவதும் வேண்டும்.
அதற்கான ஆரோக்கியத்தை,
கடவுள் கொடுத்திட வேண்டும்.

என் இனியவரின்,
கரம் கோர்த்திட வேண்டும்.
எந்நாளும் இன்பமான நாளாக,
அமைய வேண்டும்.

தோழிகளின் தோள்சாய்ந்து நடந்திட வேண்டும்.
அவை நான் மண்சாய்ந்திடும் வரை, அமைந்திட வேண்டும்.

நான் தேடும் வாழ்வு இதுவே!

- தேவகி மாதையன்

தீராத தேடல்

தேடித் தேடிக் கிடைத்தவுடனும் - தேடிய பொருள்
இதுதானா எனத்,
திகைக்கிறேன்!

திக்கற்ற காட்டில் திசைமாறிய வாழ்க்கை; தித்திப்பு
மட்டுமே இருந்தால், தெகட்டிவிடுமென கசப்பு கலந்த
வாழ்வில்,
இன்சுவையை தேடி அலைகிறேன் தினந்தோறும்.

மழலையில் கரங்கள் தேடினேன்,
எனைத் தூக்கிக் கொஞ்ச!

வறுமையின் வியர்வையை சுவைத்தேன், வன்சொற்கள்
வரையின்றி கேட்டேன்,

வஞ்சனை செயல்களை வாழ்வெங்கும் கண்டேன்,
வலிகளின் வாசனையை மட்டுமே நுகர்ந்தேன்.

வலிகளே வாழ்க்கையின் தேடலென உணர்ந்தேன்.
ஆமைபோல் ஐம்புலன்களையும், அடக்கினேன்.

ஒவ்வொரு வலியிலும்,
ஒவ்வொன்றை தேடியடைந்தேன்.

பள்ளிப் பருவம் தந்த வலியால்,
கல்லூரியில் கல்வியின் நோக்கத்தை தேடியடைந்தேன்.

காதல் தோல்வி தந்த வலியில்,
கலங்கமற்ற அன்பின் எல்லையை தேடியடைந்தேன்.

நன்றி இல்லா மனிதர்கள் தந்த வலியிலும், தன்னலமில்லா
ஈகையில் இன்பத்தை தேடியடைந்தேன்.

ஆசைகளடங்கா மனித வாழ்வல்லவா தேடலின் தாகம் தீரவில்லை!

தேடிக் கொண்டிருப்பேன் தேடும்
இத்தேகம் தேய்ந்து மடியும் வரை!.

- கார்த்திக்

காதலா, கவிதையா, கடவுளா

உண்மைதானோ, உறுதியாய் உள்ளதோ, உரைப்போர்
அனைவரும் உத்தமரே!
உலகம் ஒப்புக்கொண்டதே,

அப்படியெனில் உறுதியாய் உண்டல்லோ, இருப்பினும்
உறையும் இடம் எதுவோ?

ஊனும் அற்ற,
உயிரும் அற்ற,
உருபொருள் தானோ!

அதை உறுதி செய்யும்,
வழி எதுவோ?
உறுதியாய் உணர்ந்தது இதுவன்றோ
என உரைக்காது என் மனம்.

இருப்பினும்,
உள்ளமென்ற ஓர் அறையில்
உதிக்கும் ஓர் அதிர்வு,

ஊனும் உயிரும் ஒட்டி இருப்பது, இவையால் அன்றோ
அவ்வுண்மையை, இவ்வுள்ளம் ஏற்கும் வரை தொடரும்
இத்தேடல்!.

- ரா

என் தேடலில் அவள்

முலைப் பாலை முட்டி,
நான் பருகவில்லை.
எனக்கு பத்தியமிருந்து பாலூட்ட,
அவள் இல்லை.

அவளின் தோளில்,
நான் தலை சாய்ந்ததில்லை.
தலை சாய்க்க,
அவள் தோள் கொடுத்ததில்லை.

முந்தானைச் சேலையில்,
தொட்டிலாட்ட அவள் இல்லை.
ஆரிராரோ தலாட்டு, அவளின் வாய்மொழியால் நான்
கேட்டதில்லை.

நிலாச்சோறு நான் உண்டதில்லை.
நிலவைக் காட்டி எனக்கு ஊட்டிவிட,
அவள் கைகளில்லை.

நான் அழு முன்னே,
தேற்ற ஆளில்லை.
அழுத பின்னும்,
அரவணைக்க நாதியில்லை.

இரவில் கதைச் சொல்லி,
உறங்க வைக்க அவள் இல்லை.

இரவு முடிந்த அதிகாலையில்,
நெற்றி முத்தமிட்டு என் துயில் கலைக்க, அவள் இல்லை.

நான் தவழும் போது பார்த்து,
புன்னகைக்க அவள் இல்லை.
தத்திதத்தி நடைபயிலுகையில் - அதனைப் பார்த்துப்
பூரித்துப் போக அவள் இல்லை.

எனக்கு விதவிதமாய் ஆடையுடுத்தி,
அழகு பார்க்க அவள் இல்லை.
என் குறும்புத்தனத்தைக் கண்டு, குதூகலிக்க அவள் இல்லை.
என் மழலைத் தமிழை வாஞ்சையோடு, கேட்க அவள் இல்லை.

என் செல்லச் சிணுங்கலையும்,
என் சிறுகுறு மென் முறுவலையும் கண்டு, பேரவா கொள்ள அவள் இல்லை.

என் பிஞ்சு விரல் பிடித்து,
அகரம் கற்றுத்தர அவள் இல்லை.
என்னை எந்தப் பள்ளியில், பயிற்றுவிக்கலாம் என்று குழப்பமடைய அவள் இல்லை.

என் சுவரோவியங்களை,
கண்டுகளிக்க அவள் இல்லை.

என் துன்பத்தைத் துடைக்க,
அவள் கைகளில்லை.
என் இன்பத்தில் கலக்க,
அவள் மடி இல்லை.

அவளைச் சொல்லிக் குற்றமில்லை,
என்னைப் போல் பிறப்பெடுத்த
எந்தக் கயவன் காதலெனும் மாயையில் விழ வைத்து,
மாங்கல்யம் சுமக்கும் முன்
கர்ப்பம் சுமக்க வைத்தானோ?

கற்பின் களங்கம் கவுரவக் குறைச்சலென, பச்சை இரத்தம் காயுமுன்,
தொப்புள்கொடி வாடும் முன்,
குப்பைத் தொட்டி கோபுரமாய் தூக்கி வீசப்பட்டேன்!

யார் அறிவார்?
என் ஏக்கம்போல்,
அவளின் ஏக்கமும் பரிதவித்திருப்பதை!

ஊட்டாத பாலால் கனக்கின்ற மார்போடு எத்தனை
இரவுகளை கழித்திருப்பாளோ?

என் செல்லமே! என் தங்கமே!
என் வைரமே! என என்னை அள்ளி, அணைக்க முடியாமல்,
எத்தனை நாட்கள் தவித்திருப்பாளோ?
எத்தனை கருணை இல்லங்களை நோக்கி
பயணித்திருப்பாளோ?

மாற்றான் ஒருவனை மணம் முடித்து,
கரம் பிடித்து, கையில் மற்றுமொரு
குழந்தையை ஏந்தி,
என் நினைவிலே சோகம் குடி கொண்டு, தேகம்
மெலிவாளோ?

என்றாயினும் ஓர் நாள்,
அவளைத் தேடி நான்,
என்னைத் தேடி அவள்,
கண்டு கொள்வோமோ? - இல்லை காணாமல் கடந்து
போவோமோ?
யார் அறிவார்?

எதுவாகினும்,
அவள் தேடலில் நான்!
என் தேடலில் அவள்!

நாட்களின் கனம் கூடினாலும்,
தேடலின் மனம் குறையாது.

நான் இதுவரை உச்சரிக்கத் தவறிய,
அம்மா என்ற
வார்த்தை அர்த்தம் பெற வேண்டும்.

அதற்காய்
ஒரு தரம் நீ
வர வேண்டும்!

வரம் தர வேண்டும்!.

- முனைவர் மு. துர்கா தேவி
திருச்செந்தூர்

தேடல் இனிமையானது

உலகில் ஒவ்வொருக்கும்,
ஒரு விதமான தேடல்.
இந்த தேடல் என்பது நாளும் ஓயாது.
காலத்தாலும் மாறாது.

எனது தேடல்,
பசுமை போர்த்திய அழகு ராணியின் மேனி
அவள் மேனி தழுவும் வெள்ளி ஆடை அணிந்த மேகக்
கூட்டங்கள்.

இருப்பினும்,
யாரைக் காண நெடுந்தூர பயணமாக நகர்கிறது,
வெள்ளை ஆடை அணிந்த மேகக்கூட்டம்?

வேண்டும் வரத்தை பெறவேண்டுமென்று, நித்தமும்
ஒற்றைக் காலில் நிற்கும்,
நெடு மரங்கள்.

காற்றின் இசை மீட்டி குயில்கள் பாடும் இன்னிசை கீதம்
அதற்கேற்ப,
மரங்களின் நடனம்.

பூத்துக் குலுங்கும் வண்ண மலர்கள்
கண்களை கொள்ளும் அழகில்

மலர்ந்திருக்கும் பூவினுள் முரலும் வண்டு, தன்
பசிதனையாற்றும்.
என்ன ஒரு விந்தை,
நிலவு கண்ணாமூச்சி விளையாடுகிறது.
பகலில் ஒளிந்து கொண்டு இரவில் மட்டும் வெளியில்
வருவது.

புல்வெளி மேல் படர்ந்திருக்கும், பனித்துளிகள் அழகு.
மழைக் காலங்களில் மாலையில் வரும், வானவில் அழகு.

யார் துணையுமின்றி வளைந்து நெளிந்து ஓடு ஆறுகள் அழகு.
நிமிர்ந்து பார்க்க வைத்திடும் உயர்ந்த மலைகள் அழகு.

எங்கு திரும்பினாலும்,
இயற்கையின் அழகு,
என் கண்களுக்கு விருந்தளிக்கிறது.

இவ்வுலகில் யாரும்,
நிரந்தரம் இல்லை.
இயற்கை மட்டுமே நிரந்தரம்.

மனிதனாக பிறப்பெடுத்ததற்க்கு,
பெருமிதம் கொள்கிறேன்.

இயற்கையின் அழகை ரசிக்க,
இயற்கை அழகே!
உன்னப் பற்றி பாட,
இப்பிறவி போதாது எனக்கு!

எழில் கொஞ்சும் அழகே!
உன் அரவணைப்பு,
ஒன்றே போதும்.

இயற்கை அன்னையின்,
மடியில் தவழ்வது,
ஆயுள் முழுவதும் சொர்க்கம்.

இவை அனைத்தும்,
மீண்டும் பெற்றிட,
இயற்கை அன்னையின்,
மடியில் விளையாட
எனது தேடல் தொடர்கிறது,
ஆயுள் முழுவதும்!.

- கவிஞர். ர.ரமேஷ்

தீரா தேடல்..!!

எனக்கான தேடல்,
காணும் தூரம் எனினும்,
எழுதப்படா இலக்கியங்கள் போல,

சொல்ல முடியாத பல வார்த்தைகள், வாக்கியங்களாய்
மாறி - தினந்தோறும் தொடர்ந்து கொண்டே இருக்கிறது,
உன்னிடம் கடிதங்கலாய் வந்து சேர்ந்திட!

பெயரில்லா பல இலக்கியங்களை இலட்சக்கணக்கில்,
எழுதி வைத்திருக்கிறேன்,
என்றேனும் நீ வாசிப்பாய் என!

இனம் புரியா உணர்வு அதை
வார்த்தைகளால் விவரிக்க முடியாது, விசித்திரம்
என்னவெனில்,
அது என்னால் உருவாக்கப்பட்டது!

தேடல்கள் சுவாரசியமானதுதான்,
உனக்காக எனும் பொழுது!
பயணங்களும் சுவாரசியமானதுதான், உன்னுடன் எனும்
பொழுது!

உனது மௌனமும் அழகானதுதான், எனக்காக எனும்
பொழுது!
தினந்தோறும் கனவிலே உதிப்பதால், உணர்விலே
கலந்ததால்,
கண் பார்க்கும் தூரம் இருந்தும்,
பேசி கதைத்து உடன் இருந்ததில்லை.

என்னவனுக்கான கனவுகளில் இரவுகளும், என்னவனின்
தேடலில் நானும், தொலைந்து கொண்டேதான்
இருக்கிறோம்.

பார்த்த கணம் தொடங்கி,
நேசிப்பதில் தொடர்ந்து,
நினைவுகளிலேயே முடிந்திடுமோ?

காத்திருக்கிறேன் என் காதலை உணர்த்திடாமல்
காலம் கடந்திடுமா? என!

தீரா தேடல் தீர்ந்தபாடில்லை!.

- கோகிலவாணி.ப

எண்ணங்களின் ஏக்கங்கள்

காட்சி பிழைகள்,
கண்முன் கனவாய்,
தோன்றி மறைகின்றனவே!

கண்ட கனவுகள்,
காற்றினில் பறந்தனவோ!
அல்லது,
கானல்நீரிலே கரைந்தனவோ!

இளமையில்,
இதயங்கள் மாற்றுவதே,
மகிழ்ச்சி, என்றது மனமே!

வாலிபத்தில் கனவுகள்,
கவிபாடுதோ என்று,
ஏனோ தேடியதே கண்கள்.

பதினெட்டில்,
பட்டாம் பூச்சியாய்,
பறப்பதே மகிழ்ச்சியோ!

கல்விசாலைகளில் கண்டது எதிர்காலமே! இறந்தகாலம்
இழுக்கிறது பின்னே, வருங்காலம் வா என்றழைக்கிறதே1

எங்கு தேடுவேன்
எந்தன் இன்பங்களை,
மகிழ்ச்சியில் மறைந்துள்ளது
மன வேதனைகளே,

வாழ்ந்து முடித்ததன் பின்பே,
வாழ்வின் தேடல் ஆரம்பமாகிறதோ?
மனிதர்களை பொறுத்தே!

மகிழ்ச்சியே ஏங்குகிறேன்
எனக்கான அன்பைத் தேடி!

கிடைக்காது,
என்று தெரிந்தே
தொலைக்கின்றேன்.

எம் மகிழ்ச்சியையே!
உன்னை தேடியே,
என்னை தொலைத்தேனோ?
உன்னில் முடிவடையட்டுமே
எந்தன் வாழ்வு!.

- மஞ்சு. கி

வாழ்க்கை கனவு

ஒரு சிறந்த மாணவனை உருவாக்குவதில், ஒரு
ஆசிரியராய் என்னுள் உள்ள தேடல்!

ஆசிரியராக மாறியப் பின்,
மாணவர்களுக்கு சிறந்த கல்வியை, கற்பிப்பதில் உள்ள
தேடல்!

தவறு செய்யும் மாணவர்களை,
தன் அன்பால் திருத்தி நேர்மையானவனாக மாற்றுவதில்
உள்ள தேடல்!

மாணவர்களின் மனதில் தீய எண்ணங்கள், ஏதும் வராமல்
தடுப்பதில் உள்ள தேடல்!

இவ்வுலகில் சிறந்த மாணவர்களை உருவாக்குவதில்,
ஒரு ஆசிரியரின் தேடல் மிகவும் பரந்து விரிந்தது.

மாணவர்களுக்கு ஆசிரியராக மட்டும் இல்லாமல்,
ஒரு நல்ல நண்பனாகவும் இருப்பதில் உள்ள தேடல்!

கல்வி கற்பிக்கும் போது,
மாணவர்களின் மனதை புரிந்து கொள்வதில் உள்ள தேடல்!
ஒரு ஆசிரியராக மாணாக்கர்களின்,
உடல் நலன் மற்றும் ஆரோக்கியத்தில், கவனம்
கொள்வதில் உள்ள தேடல்!

பள்ளிப் பாடத்தை மட்டுமல்லாமல், வாழ்க்கை
பாடத்தையும் மாணவர்கள், சரியாக கற்றுக்கொள்வதில்
உள்ள தேடல்!

விவசாயி உரமிட்டு பயிரை நன்றாக வளர்ப்பது போல,
மாணவர்களுக்கு நல்ல சிந்தனைகளைப் போதித்து,
வளர்ப்பதில் உள்ள தேடல்!

இறுதியாக, தன்னிடம்,
கல்வி கற்ற மாணவன் பிற்காலத்தில்,
நல்ல நிலையில்,
இருப்பதற்கான தேடல்!

- ர.லோஹிதா, மதுரை.

ஓடம்

வேள்வி தீ அனையா,
வானம் வரை உயர்ந்து,
அதை ஆழ பாதைகள் உருவாக்க, பாதங்கள் துடுப்பாய்
மாறியதே!

வாழும் நிமிடத்தில் சொர்க்கம் பார்த்திடவே விழிகள்
ஏங்குதே!

எங்கோ பிறந்த ஊற்றாய் ஆரம்பம் தெரியாமல்,
கடல் சேரும் ஓடமாய் எதனையோ நோக்கி காலங்கள்
போகிறதே!

நட்சத்திரங்களின் ஒளியை தேடுவதற்கா? விண்ணில்
பாயும் ஏவுகணை போல் சுற்றுவதற்கா?

கடல் சேர்ந்திடும் நீராய் ஓடுவதற்கா? பிறந்ததற்காக மண்
சாயும் வரை உயிர் காப்பதற்கா?

இல்லை!
வாழ்வின் எல்லையாய்,
சரித்திரம் என்னை,
சித்திரம் வரைந்திட மடிந்தாலும்,
பட்டமாய் என் புகழ் பறந்திட, இலக்கொன்று கொண்டேன்.

பட்டறிவு திரட்டினேன்.
பேனாவை போல்,
கூர்மையாய் கற்ற கல்வியை,
தீராமல் வளர்த்தேன்.

காட்சிகள் தோன்றிவிட்டால்,
இலட்சியங்கள் பக்கமே வரும்
எங்கே? ஏன்? எதற்கு?

என தெரியாமல் காற்றின் விசையில், மனிதனின்
போக்கில்,
செல்லும் **ஓடமாய்,**
நான் மாறி காலம் கடந்தும்,
வாழ்ந்திடவே எனது தேடல்!.

- மயூரம்

கனவை நோக்கி

ஓட ஆரம்பித்தேன் வாழ்க்கையில், இன்னும் ஓடிக்
கொண்டே தான், இருக்கிறேன் என் கனவை தேடி!

பல அடிகள்,
பல மிதிகள்,
பல வலிகள்,
பாடமாய் அமைந்தது.

அடிகளும், அவமானங்ககளும்,
எனக்கு நண்பர்களாயின!

விழுந்தேனே தவிர,
ஓயவில்லை - மீண்டும்
எழுந்து ஓட்டம் எடுத்தேன்
சிறிதும் ஓய்வெடுக்கவில்லை.

அருவெறுப்புகளும், அவமானங்களும், என்னை
சிறையிட்டன - அதிலிருந்து மீண்டு எழுந்தேன் என்
கனவை,
நோக்கி செல்ல!.

- மு. மம்தா

சிரிப்பைத் தேடி

தவழும் தேடல் வர்ணங்களாக, வளர்ந்தபின் வானவில்லாக,

ஆசை எனும் சொல்லுக்கு அர்த்தம் கேட்டபின்,
கண்கள் கண்ட காட்சிகள் அத்தனை மேலும் ஆசை!

மிக நன்று வாங்கிய பின்,
முதல் மதிப்பெண் மேல் ஈர்ப்பு!
சோகம் நிறைந்த பின்,
சிரித்து பழக ஒரு முயற்சி!

குறிக்கோலுக்கு பதில் தேடி,
கோல் ஊன்றி நடக்கும் வயதானது.

ஒரு நிலை இல்லாத வாழ்க்கையில், சிரிப்பை கண்டேன்.
மேலிருந்து உதிரும்,
வேப்பம் பழத்தை கண்டு!.

- கிருஷ்ணகுமார் பாண்டியன்

வாழ்வின் தேடல்

மீண்டும் மீண்டும் என்னையே, குறிவைத்துத் தாக்கிய,
இன்னல்கள் என்னும் அம்புகள்,
இதயத்தை உடைத்து நொறுக்க,
என் சிறிய சிறிய இன்பங்களும்,
பறிப்போன அவலம்.

இதயத்தின் வலிகள்,
இதழ்களிற்குத் தாழிட,
உறவுகளை இழந்தேன்.

எவரிடமும் உரையாடாமல்,
அமைதி காத்ததால்,
என்னையே நான் இழந்தேன்.

துயரங்கள் என்னும்
கடலில் மூழ்கிய பிறகு,
அன்னையின் அன்பை இழந்தேன்.

திறன்பேசியில் நெடுநேரம்
மூழ்கிய பிறகு,
நல்ல நண்பர்களை இழந்தேன்

தேவையற்ற சண்டைகளில்,
ஈடுபட்ட பிறகு எனக்கென்று இருந்த
அனைத்தையும் இழந்தேன்.

என் உண்மை முகத்தை மறைத்த பிறகு,
உண்மையானவன் இறந்த பிறகு,

என் உடைமைகளைப் பாதுகாப்பாய் வைத்துக்கொள்ள
தெரியவில்லை!

அவற்றின் இன்றியமையாமை
எனக்குப் புரியவில்லை .
இன்றோ?
அவைஇன்றி வாழ்வு அளறானது.

காயங்களால் என் வாழ்வையே, இழந்துவிட்டு இன்று
தேடுகிறேன்.
இத்தேடல் பயணம் அந்தமடையாது, என்இழந்த வாழ்வு
கிட்டும் வரை!.

- புவனேஷ் புகழேந்தி

காரிகையின் இருள்

மகாலெட்சுமி என்று போற்றிய இறையாள், மீண்டும்
"அவள்" என்று ஒதுக்கிய
உறவின் உறுப்பினர்.

பிறப்பிலே பேச்சடைந்து,
வளரும் போது தாழ்த்தப்பட்டு,
சாதியினால் பிரிக்கப்பட்டு,
வணிகத்தின் வீரியம் அறிந்து,

நையாண்டியர்களின் பகட்டானப் பேச்சுக்கள் யாவும்,
குவளையில் விழுந்த வண்டினமாய் நொந்து சிரம்
பணிந்து,
கையினை மடித்துக் கொண்டு,
நகர்ந்த காலங்கள் யாவும் நினைவுகளால்
நீண்டுப் பெருகி பல இராப்பொழுதாய்,
விதியின் வினை ஏனோ?

இருந்தும் படிப்பில் ஞாலம்
பெற்றுத் தெளிந்து,
நற்பெயர் சூடி, திறந்த வாய்தனில், கரியினைப் பூச்சி,

ஏனோ?
எந்தன் தேடலினை நாடி,
வாங்கிய கடனும்,
மூட்டையாக முங்கி வட்டியர்யிடமிருந்து பதுங்கப்பட்டு,
ஊரடங்கால் அவதிப்பட்டு,
எந்தன் உறுப்பினர் உறைந்து போக,
தன் பங்களிப்பின் முக்கியத்துவம் தெளியப்பட்டு,

சீறும் விலங்கினமாய் கிடைக்கும், வாய்ப்பினைத் துரத்தித்
துரத்திச் சென்று, காலங்கள் பல ஓடியும்,
நான் ஓயாமல்!

எட்டிப் பார்த்தவை யெல்லாம்,
எட்டிப் பிடிக்கச் செய்து,
முறிக்க நினைத்தோருக்கு,
முற்றிகைச் செய்தேன்.
பெரும் கட்டிடங்கள் கொண்ட
பல வண்ணக் காகிதங்களுடன்!.

- ப.ஹரிணி (kaviyin_kadhali)

இறுதியைத் தேடி

முற்றுப்புள்ளிகளின்,
தொடக்கங்கள் தேடி!

ஆச்சரியக்குறிகளின்,
அர்த்தங்கள் தேடி!

எழுத்துக்களின்,
ஒலிகளைத் தேடி!

சொற்களின்,
கீதங்கள் தேடி!

வரிகளின்,
வர்ணனைகள் தேடி!

தலைப்பின்,
தாகம் தேடி!

என் கவியின்,
காதலைத் தேடுகிறேன்!

இருப்பவற்றில்,
இல்லாததைத் தேடும்,
கல்லறையில் கருவறை
தேடும் நான்!.

- கௌசிகா மணி

என் இலக்கியத் தேடல்

இப்புவி வாழும் உயிர்கட்கு
இறைவன் தேடலேயாம்.
யாமும் விதிவிலக்கல்ல!
என்முதல் தேடல் எழுதுகோலில் ஆரம்பித்து, வரைந்து
கிறுக்கிய இலைகளில் தொடர்ந்தது.

நான் வளர தானும்
வளர்ந்தது என் தேடல்.
புத்தகங்களின் தேவையில்,
தேடல் சற்று தேக்கமடைந்தது.
ஏமாந்தேன்!
புத்தகங்களின் ஆழம் புகுந்தது தேடல். உறங்கவிடாமல்
இம்சித்தது,
விலகி ஓடினேன்,
துரத்திக் கொண்டே வருகிறது இன்றும்!

வாசிப்பின் வாசலை விட்டு,
வெளியேற முடியவில்லை. அவ்வப்போதான இடைவெளி
மட்டும்!
எழுத்துக்களில் சற்று இளைப்பாறலாம் என்று அமர்ந்தேன்,
வார்த்தைகளில் ஆரம்பித்தது தேடல்!

- க.சௌபர்ணியா

போதும்,போதும்,போதும்.

என் நெற்றிப் பொட்டில் நீ தரும்,
அந்த ஒற்றை முத்தம் போதும்.
உன் கை கோர்த்து நடக்கையில் நீ தரும், தைரியம்
போதும்.

என்னை முழுமையாக அணைக்கும்,
உன் அரவணைப்பு போதும்.
நான் அழுகையின் நீ கூறும் ஒற்றை, ஆறுதல் வார்த்தை
போதும்.

என்னை மெய் மறக்க செய்யும்,
உன் மடித்தூக்கம் போதும்.
உன் மார்பில் சாய்கையில் வரும்,
அந்த பாதுகாப்பு போதும்.

உன் பார்வை தரும்,
வெட்கம் போதும்.
என்னை ஏங்க வைக்கும்,
உன் பிரிவு போதும்.

என் கால்களை அமுக்கி விடும்,
உன் கைகள் போதும்.
என் தலைமுடியை கோதி விடும்,
உன் விரல்கள் போதும்.

என்னை கொள்ள வரும்,
உன் அன்பு போதும்.
சலிக்காமல் என்னை ரசிக்கும்,
உன் ரசனை போதும்.

மொத்தமாய் என்னை புரிந்து கொண்ட, உன் புரிதல்
போதும்.

சண்டையின் போது நீ தரும்,
கொஞ்சல் போதும்.

மன்னிப்பு கேட்டால் குறையும்,
உன் கோபம் போதும்.
இதற்கு மேல் எனக்கு
வேற என்ன வேண்டும்?

இப்பிரபஞ்சத்தில் நீ மட்டும் எனக்கு போதும், போதும்,
போதும்!.

- Jeniffer Daniel raja

முடிவில்லா தேடல் எனது

தேடல் என்பதே தேடிச்செல்லும் பயணம், என் தேடலாகவே பயணம் ஆனது!

உலகின் உடையாகும் ஐந்து கடலின் மேல், படகில் மிதந்து கரை தேடும்,
தேடல் எனது!

நிலத்தின் ஆடையாகும் பரந்த காட்டிற்கு, நடுவில் நின்று ஊர் தேடும்,
தேடல் எனது!

தொல்காப்பியத்தில் இலக்கியம் போல், முடிவில்லா தேடல் எனது!

தொடங்கும் இடம் தெரியாமல்,
போகும் பாதை புரியாமல்,
முடிவு எங்கே என்று அறியாமல், தொடரும் பயணத் தேடல் எனது!

பாதை தேடி அலையாது,
கால் உள்ளவரை ஓயாது,
உயிர் போகும் வரை முடியாது,
இந்த முடிவில்லா தேடல் எனது!.

- தெ.நேத்ராஸ்ரீ

மாவட்ட ஆட்சியராய் நான்

தேடி கொண்டிருக்கும் வாழ்வின் வாசல்,
வாழும் வாழ்வை அர்த்தமுள்ளதாய் மாற்ற,

நான் வாழ்ந்த மண்ணிற்கு மனமகிழ்ந்து, மாசற்ற சேவை புரிய,
என் தாய் அவள் புன்னகையில்,
முழுமதியின் வெளிச்சம் சேர்க்க,

அடிப்பட்டு, அவமானப்பட்டு, போராடிக்கொண்டிருக்கும்,
என் நடுத்தர வாழ்வில்,
என் வாழ்வை முழுமையாக்குவதற்கான ஒரே தேடல்!

ஒரே இலட்சியம் மாவட்ட ஆட்சியர்
என்ற சிம்மாசனம்!
அதில் அமரும் அந்நொடி வாழ்வின் தேடல் முடிந்தது.

ஆனால், என் பயணம் முடிவதில்லை!
புதிய தேடலுடன் மீண்டும் பயணிப்பேன்.
வாழ்வை அணுஅணுவாய் அனுபவிக்க!.

- கவிதை தமிழச்சி

உள்ளீடாய் உன்னை தேடுகிறேன்

வாழ்க்கை அழகானது,
தேடல் அதனிலும் சுவையானது!
விழி திறந்து பார்க்கிறேன்!

கிழக்கில் உதிக்கும் ஆதவனில்,
வடக்கில் நிலைக்கும் மலைகளில்,
துள்ளித் திரியும் கன்றுகளில்,
மலரத் துடிக்கும் அரும்புகளில்,

சிறகை விரிக்கும் பறவைகளில்,
வலை பின்னும் சிலந்திகளில்,
அலை உரசும் கரைகளில்,
வண்ணம் வீசும் வானவில்லில்,
திண்ணம் பேசும் தூரிகையில்,
பாடித் திரியும் குயில்களில்,
ஓடி ஒளியும் நிலவுகளில்,

முகம் புதைக்கும் நூல்களில்,
தினம் கதைக்கும் தாள்களில்,
துயில் கலைக்கும் கனவுகளில்,
இயல் இசைக்கும் நினைவுகளில்,

துயர் துடைக்கும் ஆறுதலில்,
விலங்கு டைக்கும் ஆழ்களில்,

ஒடுக்கப் பட்டோரின் ஓலங்களில்,
இதய துடிப்பின் தாளங்களில்,

அனுபவம் தரும் பாடங்களில்,
மனிதம் வாழும் நேரங்களில்,
ஞானமே உள்ளீடாய்,
உன்னை தேடுகிறேன்
என் அகக்கண் திறப்பாய்!.

- Victoria.J

2020 அப்துல்கலாமின் அலட்சியமாக இருந்த கனவு ஆண்டு

அவர் கனவு நனவாக இளைஞர்களின், எழுச்சி பயணம் நடந்து கொண்டிருக்கிறது.

சாமானிய மனிதனின் கனவும் நனவாகும் அதுவும் என் வாழ்வில் நனவாகியது. குறுகிய கால கனவு பல முயற்சிகளில் வெற்றியை கண்டது.

என் எழுத்துத் திறமை உலகம் கண்டது.
கிடைத்தது கவுரவம் பல்வேறு.
கவிஞர், எழுத்தாளர், இணை ஆசிரியர் எனப் பல்வேறு விருதுகள்!

விடாமுயற்சி இருந்தால் வெற்றி காணலாம் என்ற பாடத்தை கற்றுக் கொடுத்தது இந்த ஆண்டு.

ஆண்டுகள் பல கடந்தாலும்,
நம் சாதனை பேச வேண்டுமென்றால், தொடர் முயற்சியும் பயிற்சியும் இருத்தல் நன்று.

2020 ஆம் என் வாழ்க்கையையே புரட்டிப் போட்டது.
வாழ்க்கை என்றால் என்ன?
மனிதப் பிறப்பு என்றால் என்ன?
என்பதை உணர வைத்த காலம்!

வாழ்க்கை எவ்வாறு
வாழ வேண்டும் என்று,
ஊக்கம், உற்சாகம் பல பாடங்கள் கற்றேன்.

இந்த ஆண்டின் மூலம்,
எந்த ஒரு நொடிப்பொழுதும்
இந்த ஆண்டை மறக்க மாட்டேன்.

ஒளிமயமான ஆண்டு அதை 2020ஆம் ஆண்டு.
நான் தேடாத தேடலும் என்னை தீட்டிய ஆண்டு!.

- கவிஞர் மகாலட்சுமி ராக்கியப்பன் திருப்பூர்

என்னையே தேடுகிறேன்

தேடுகிறேன்,
ஊரெல்லாம் சுற்றி தேடுகிறேன்,
தொலைந்து போன என்னை!

சிறுவயதில் லாவகமாக,
கபடி விளையாடிய என்னையே,
அந்த புளுதியில் தேடுகிறேன்!

சற்று மனம் பதைத்து நின்றேன்.
தொலைந்து போனது நான் மட்டுமல்ல,
என் கபடியும் என்பதை உணர்ந்தேன்.

இன்னும் நடந்தேன்,
அலைபேசியால் நான் தொலைந்தேன்
என அறிந்தேன்.
அலைபேசியால் தொலைந்த என்னை அதிலேயே
தேடினேன்.
உடம்பெல்லாம் மணல் ஒட்ட, விளையாடிய நான் ஒரு -
மனநோயாளி போல அலைபேசியில் விளையாடும்
என்னையே கண்டேன்!

என் தேடல் தொடர்ந்தது,
ஆம், நான் கிடைத்துவிட்டேன்.
ஆனால் நான் விரும்பும்,
கபடி வீரன் கிடைக்கவில்லை!

அலைபேசியில் அலைந்துதிரியும்,
நான் கிடைத்துவிட்டேன்.

இப்பொழுதும் தேடுகிறேன்,
பழைய நான் கிடைக்கமாட்டேனா,
என்ற ஏக்கத்தில்!.

- தமிழ்மகன் சிவபிரகதீஷ்

என்னோடும் தேடல்

நீளும் தேடல்கள்,
நிமிடங்களுக்குள்,
அடைபடும்?

வியாபிகின்றேன்
விசேடனமாய் என்னையே நான்!

விழி திறப்பதில் தொடங்கி,
விழி மூடுவதில் மும்முரமாய் அலைகிறது தேடலின்
பின்னாலே என் பயணம்!

லட்சியங்கள் அவ்வப்போது,
அலட்சியம் செய்கின்றது
கடக்கும் அந்த நிமிடங்கள்!

விஞ்ஞான விளக்கு,
அஞ்ஞான இருளை,
கண்ணிமை திறவாது,
கவிதையை கண்டுகொண்டது!

விளக்கங்கள் தரப்படாத முடிவுகள் விடுதலைபெற
துடிக்கின்றது.

இடையிடையே இடை படும்
அந்த காணல் தேவைகள்,
சோலைப் பாக்களை
பாலையில் வார்க்கிறது!
முற்றுப்பெறாத மூன்று புள்ளிகள்
என் வாழ்க்கை அதில்
கால் புள்ளிக்கும்,
ஆச்சரியக் குறிக்கும்!
கேள்விக் குறிக்கும்?
குறைச்சல் இல்லை.

நிறைவடைந்த தேவைகள், ஒப்புக்கொள்ளப்பட்டவை ஒரு சிலவே!

ஒருமையில் கிரகித்துக்கொள்ளும், நிகழ்வுகள்
ஒதுக்கப்பட்டவை
ஒரு சிலவே!

பிண்டங்கள் பிறப்பெடுத்த போதே
முன் செல்லும் வேதம்.

ஓய்வில்லாத மாறுபாடுகளுக்கு உட்பட்டும்
வேறுபாடுகளை உட்கொண்டும்,
அசரிகளின் ஆதிக்கம் அனுதின புதிர்கள்!

அடங்களின் தொடக்கமாய்,
ஆசைகளின் இணக்கமாய்,
தொய்வின் முடக்கமாய்,
தோற்றிடாத ஒன்று!

தாவிப் பிடித்த மரக்கிளையாய்,
தானாய் சாய்ந்த மரமாய்,
தனித்த இடத்து தீவாய் அவதானித்து,
பக்கங்களோடு பருவத்தை கடத்திட்டு, பசியால் வாடியது
என் எழுத்தாணி!

தேடலோடு நான்,
என்னோடும் தேடல்!.

- மா.வசந்த்குமார் பொள்ளாச்சி

உயிரின் தேடல்

என் விழியோ உறக்கத்தைத் தேடுது, மனமோ
சிந்தனையில் மூழ்கித் தவிக்குது.
என் எழுதுகோலின் தேடல்,
எண்ணற்ற படைப்புகளாய் உருவெடுக்குது.

பிடித்த செயலைச் செய்த பின், மகிழ்ச்சியும் பிறக்குது.
பிறந்தோம் இறந்தோம் என்றில்லாமல், சாதித்திடவே
மனமும் துடிக்குது.

இலக்கினை அடைந்திடவே,
என் கால்களும் நிற்காமல் ஓடுது.
ஓடும் நதியின் தேடல் கடலைச் சேர்ந்திடும்.

என் வாழ்க்கையின் தேடலை
வரலாறு கூறிடும்.

பிரச்சினைகள் வரும்போது தீர்வை தேடுகிறேன்.
தீர்வும் எனக்குள்ளே இருப்பதை மறந்து காலத்தோடு
ஓடுகிறேன்.

இதயத்தின் தேடல் உண்மையான நேசத்தை சேரும் வரை,
உயிரின் தேடல் என் இலக்கினை, அடையும் வரை.

தேடல் இல்லா வாழ்வு,
வெறுப்பினைக் கொடுக்கும்.

தேடல் உள்ள வாழ்வே வெற்றியைக் கொடுக்கும்!.

- உயிர்த்தெழு நதியா

கவியின் சிகரம் நோக்கி

தேடி பயணிக்கிறேன்,
வாழ்க்கை சாலையில்,
கவிதையின் காலடி சுவடுகளின் பின்னால்!

அப்பாவின் கைகளில் சில புத்தகங்களின் பக்கங்கங்களில்
வாசித்த சிறு வரிகள்,

இன்று என்னுள் நீண்ட கவி வரிகளின், கற்பனைகளின்
வற்றாத நீர் ஊற்றாய்!
என்னுள் எட்டி பார்க்கும் சில நினைவு அலைகள்.

அன்று பள்ளியில் கிறுக்கிய கவிதைகள் அதற்கு
கார்மேகமும், வான் முகிலும், நிரந்தரமான
சாட்சியங்களாக!
இன்றும் என்னுள் ஒலித்து கொண்டே, தான் இருக்கிறது.

கல்லூரி காலங்களில் கவிதையின் மீது, அளவற்ற காதல்.

பிரிந்து விட கூடாதென்ற நிலையிலும், காலங்கள்
எங்களை பிரித்து வேடிக்கை பார்த்தது உண்டு.

அவ்வப்போது சில கண்ணீர் துளிகள், கவிதைகளை விழி
நீரோடு இணைத்து, நீர்வண்ணம் வரைந்து,
மனதின் காயங்களுக்கு,
மருந்திடுவது உண்டு.

எத்தனையோ வசவு சொற்கள்
இதயத்தை கிழித்தது உண்டு.

முட்டு கட்டையாய் சில முனங்கல்கள், கற்பனை கவி
உலகில் என்னை,
கால் தடம் பதிக்காமல் செய்தது உண்டு..

சாதிக்க என்னுபவர்களை அழகாக வறுமையும்,
அடிமையும் விலங்கிட்டு, பிணைத்து விடும் இந்த
சமுதாயத்தோடு!

எழுதும் கவி வரிகள் தடுக்கி விழும், சிலரின் ஏளனத்தால்
என்னுள்ளே!
அது வலியோடு துயர் கூறி,
ஆறுதல் தேடும்.

இயலாது என்ற சொல்லை இதுவரை,
நான் அவைகளிடம் அறிமுக படுத்தியது இல்லை.

வீழும் லட்சியங்கள்,
என்று எதுவும் இல்லை.
அதன் இலக்குகள்
சரியாக இருந்தால் - என்று
அவைகளுக்கு நம்பிக்கை ஊட்டி,

என் கவிதைகளை அழைத்து செல்கிறேன் கவி உலகின்,
வெற்றி சிகரத்தை நோக்கி!.

- சுபா கோபாலகிருஷ்ணன்

என் தேடல் நீ! என் கண்ணா!

தேடினேன் கிடைக்கவில்லை,
தேடுகிறேன் கிடைக்காணம்
தேடுவேன் கிடைக்குமோ?

நீ கிடைப்பதும்,
கிடைக்காமல் நான் தவிப்பதும்,
காலத்தின் கைகளில்.

இருப்பினும்,
என்ன சொல்வேன்
உன்னை தேடுவதால் மட்டுமே,
நான் உயிர்ப்புடன் இருப்பதை!

இன்ப ஆழியில் மூழ்கிக்கிடந்தும், முட்டாளாய் நின்னையே,
தேடுதென் விழிகள்,

யாரோ ஒருவர்,
யாரையோ அழைக்கையில் நீயோ
என நிதமும் தேடுதென் விழிகள்,

காற்றின் முத்தத்தில் கந்தலாகியும் கண்ணனைத்
தேடுதென் விழிகள்,

இதயத்துடிப்பாய் நிற்காமல்
நின்னையே தேடுதென் விழிகள்,
இமைதனை பிரித்ததுப்போல், இமைத்திடாமல் இன்றும்
தேடுதென் விழிகள்,

தேடலின் உச்சமாய்,
விழியோடு செவியும்,
அலசி தேடுது உன் மொழியை!

விழியோடு என் நாசிலும்
உரசி தேடுது உன் சுவாசத்தை,

விழியோடு செவ்விதழும்
அலறி தேடுது உன் உடலை,
விழியோடு விரலும் வருடித் தேடுது
உன் இருப்பை,

காலை விழிப்பதும்,
இரவு முழிப்பதும்,
உன்னைத் தேடியே!

கனவு காண்பது, கண்ணீர் சேர்ப்பதும் உன்னைத் தேடியே!
கொஞ்சம் சுவாசிப்பதும்,
கெஞ்சினான் யாசிப்பதும்,
உன்னைக் காணவே!
தேடுகிறேன், தேடுவேன்!

- ஞாழல்

எனக்கான தேடல்

வசந்த மாளிகைகட்ட,
மண்ணைத் தேடினேன்.
அலங்காரம் செய்ய,
பொன்னைத் தேடினேன்.

அரைவயிற்று சோற்றிற்கு,
வேலையைத் தேடினேன்.
சுதந்திரங்களைத் தொலைத்துவிட்டு, விடியலைத்
தேடினேன்.

பொழுதுகளைக் களிக்க,
வேடிக்கையைத் தேடினேன்.
பாரினில் நிலைத்துநிற்கும்,
புகழைத் தேடினேன்.

ஆளுமைகள் புரிந்திட,
பதவியைத் தேடினேன்.
இத்துணையும் தேடிய நான்!

என்னை தேட மறந்தது ஏனோ?
என்னை எனக்குள்ளே,
தேடிப் பார்க்கிறேன்!.

- கவிஞர் பாரதி பாஸ்கி
காரைக்குடி

என் தேடல் நீ

உனக்கான என் தேடல்,
உயிரான என் தேடல்,
எதையும் தொலைக்காமல்,
எதையோ தேடுகிறேன்.

இழக்காமல் தேடுகிறேன்,
இழந்து விட கூடாது எனதானோ!

கனவில் வருவது உண்மை இல்லை
என அறிந்தும் நித்தமும் தேடுகிறேன். உண்மையில்
கிடைத்து விடுவாய் என்று உருவமே இல்லாமல்
தேடுகிறேன்.
உணர்வுகள் கொண்டு!

உன்னை மட்டும் இதயத்தில் வைத்து, சுமக்க
இமைக்காமல் தேடுகிறேன்,
என் ஆழ்மனதில் வைத்து பூட்டிக்கொள்ள!

தாய் மடித்தேடும் சேய் போல தவிக்கிறேன் உன்னையே
தேடித்தேடி, என்றோ என் கண்ணில்,
கண்டுவிடுவேன் என்று.

ஆசையோடு தேடல்,
அமைதியான தேடல்,
சுகமான தேடல்,
சுவாரசியமான தேடல்
உனக்காக தான் அன்பே - ஆனால்
உனை இன்னும் அறியவில்லையே!

நிற்காது ஓடும் கடிகார முள் போல், உன்னை தேடி
ஓடுகிறேன்.
வாழ்க்கை பயணமே தேடலில் தானே, அடையமுடியும்.

கனவில் தொடங்கிய தேடல்,

நனவிலும் உனக்காக இன்று வரை.
தேடலின் முடிவில் தினம் தினம், தோற்க்கிறேன்.

ஆனால் உனை தேடும் முயற்சியில், தோற்காமல்
தேடுகிறேன்.
உன்னை நெருங்கிவிட்டேன்
என்ற நம்பிக்கையோடு!

இன்னும் என் கண்களுக்கு,
அகப்படாத காதலியைத் தேடி!.

- கவி கவிஞன் இரா சதீஷ் குமார்

தேடல் நிறைந்த என் வாழ்க்கை

மழலையாய் பிறந்து,
மங்கையரான பிறக்கும்,
விடாமல் விரட்டும் தடைகள்!

துணையாய் நிற்கும் தாய், தந்தை, தந்தையை இழந்து
தவிக்கும்,
இந்த சிறு இதயத்தின் வலி
அறியாத உறவுகள்!

என்றும் வலி நிறைந்த இதயம்
உன் காதலை தேடியது.

எழுத்தாளராக வேண்டும்
என்ற ஆசை தொடங்க
தேடினேன் பல இடங்களில்!

இருப்பினும்,
என் மனம் ஆழமாக
தேடுவது ஓர் உறவு என்றால்,
அது நீயே!

என் அன்பு தந்தையே உங்களின், பாசமுடைய மகள்!.

- மு.ஹர்ஷினி

வாழ்க்கையின் இரகசியம்

இன்பமும், துன்பமும் கலந்த - என் வாழ்க்கையில்
கருபொருளாய் வந்தாயடா!

மணந்தவன் மறந்தப் போதிலும்,
உறவுகள் உதறியப் போதிலும்,
என்னுடன் பயணிக்க பிறந்தாயடா!

துன்பத்தை துடைத்தெறிய,
இன்ப நேரத்தை இரட்டிப்பாக்க, வாழ்க்கையின்
கரைசேர்க்க,
என்னுயிரில் கலந்தாயடா!

கடந்தகால வலிகள் மறந்து,
எதிர்கால பயம் துடைத்து,
இந்நிமிடம் மெய்யென்று,
வாழ வைத்தாயடா!

என் வாழ்க்கையின் இலக்கை அடைய அன்பெனும்
அடித்தளம் தந்து, முயற்சியென்னும் ஆயுதம்க்கொண்டு,
என் வாழ்வின் இரகசியமானாயடா!
நான் தேடி கண்ட செல்வமே நீயடா,
என் மகனே!.

- சூ.லெயோ தெபோராள்
, பாம்பன்
,இராமநாதபுரம் மாவட்டம்

என் தேடல் நீ

அடர்ந்த காடு,
அடர்த்தியற்ற காற்று!
மெல்லிய ராகமாய்,
இரவின் புளாங்கிதம்!

புத்தகம் புரட்டிய
விரல்களின் நடுநயமான
பேனாவின் துணைநாடி
கண்ணில் வந்துபோன காட்சியை,

காகிதத்தில் விவரிக்கும் என் எழுத்தே!
என் தேடல் நீ!
கற்பனை களஞ்சியமே!
என் தேடல் நீ!
ஆன்மாவின் அதிசயமே!
என் தேடல் நீ!

எழுத்து கடலில் தேடி அலைந்த என்னை, உன்னுள்
தொலைய வைத்ததும் நீயே!
தொலைந்த என்னை மீட்டெடுத்து, புதிப்பித்ததும் நீயே!

என் எழுத்தே! என் தேடல் நீ!

- மாயாதி

மருத்துவன்

கருவில் தவக்கும் குழந்தை,
கடவுள் அருளைப் பெறும்.
கதறி அழும் தாயின் கண்ணீர் - எங்களின் கரங்களில்
புன்னகை காணும்.

பிணி என்னும் பகைவன் சிறையில், பின்னி தவிப்போர்
ஏராளம்!
செவிலியருடன் எங்கள் யுத்தம் தேடிவந்தவர்களின்
சிறைகள் திறக்கும்.

நாடி வருவோர் நாடிதுடிப்பில்,
எங்கள் நாளெங்கும் ஓடுகிறது.
நகர்த்தி வச்ச உணவின் மனமும், நறுமணம் அற்று
போகிறது.

காலை அணிந்த வெண்ணிற ஆடை கறைப்பட்டு வர்ணம்
இழந்தது.
வந்தோரின் கண்ணீரை சேமித்து - எனக்கு கதைகள் பல
சொன்னது.

செந் நீரை கண்ணீராய் வடிக்கும் பலர்க்கு, எங்களின்
சேவை என்றும் தொடரும்.
நான் கரை சேராத மருத்துவமே எனது தேடலாகும்.

- அப்சல் அகமது

என்னைத் தேடும் நான்

என்னை எனக்குள் தேடுகிறேன். தொலைந்ததை மீட்கப் பார்க்கிறேன்.

வயதின் மூப்பால் தொலைந்ததுவோ, இல்லை
வாழ்வின் கசப்பில் மறைந்ததுவோ,

காலத்தின் ஓட்டத்தில் கலந்ததுவோ, இல்லை
உறவுகள் நெருக்கியதில் மடிந்ததுவோ,

கனவுகள் களைந்ததில் கரைந்ததுவோ, இல்லை
தினசரி மாற்றத்தில் மருவியதுவோ

கடமைகள் வந்ததில் மறந்ததுவோ, இல்லை
சுமைகள் ஏறியதில் முடங்கியதுவோ,

சோகங்கள் கலந்ததில் உடைந்ததுவோ, இல்லை
கோபங்கள் பெருகியதில் அழிந்ததுவோ,

சுதந்திரம் போனதில் நொடிந்ததுவோ, இல்லை
சூழ்நிலை மாறியதில் விலகியதுவோ,

துரோகங்கள் பார்த்ததில் இறுகியதுவோ, இல்லை
அழுகை சேர்ந்ததில் அமிழ்ந்ததுவோ,

காரணங்கள் ஆயிரம்,
தாமதங்கள் நேரிடும்,
முழுமூச்சில் நான் என்னையே,
தேடி தேடிப் பார்க்கிறேன்!

- நுவலி

தேடலில் அவளும், நானும்

எங்கள் காதலின் வயது,
இன்றுடன் ஏழு மாதம்.

இந்த ஏழு மாதத்தில்,
எத்துணை எத்துணை மாற்றங்கள், விடிந்தது கூட
தெரியாமல்,
பேசி மகிழ்ந்த நாட்கள்!
இரவு அடைந்தது கூட தெரியாமல், உரையாடிய
பொழுதுகள்!

புகைப்படங்கள் பதிந்து உடனே ஒருவருக்கொருவர்,
பரிமாறிக் கொண்ட தருணங்கள்.

உன் குரல் அறிய வேண்டும் என்று
உன் வீட்டு தொலைபேசிக்கு தொடர்பு கொண்டு,
உன் தந்தையின் குரல் கேட்டு தொடர்பை துண்டித்தது,

எதிர்காலம் குறித்த பேச்சுகள்,
நம் காதலை உன் தாயாரிடம் பகிர்ந்தது,
உன் நட்பிடம் நான் வாங்கிய பூசை,
உன் சகோதரன் ஒருபுறம்,
உன்னை தேடி உன் வீட்டு வாசல் படி ஏறி, உன்னை
காணாமல் திரும்பியது,
உன் வேலை உன்னை கட்டி இழுக்க, ஆனாலும் நீ என்
பக்கமே
சாய்ந்து கொண்டாய்.

இவை யாவும் கடந்து,
நம் காதல் நகர்ந்தது,
இவையாவும் மறக்க முடியுமா?

ஆனால்,
இன்று எல்லாம் யாரோ களவாடிய, பொழுதுகளாய்
மாறியது ஏன்?

முகம் அறியாமலும்,
முகவரி தெரியாமலும் - இருந்தாலும் ஒருவரை நேசித்தது எல்லாம் இன்றும், உயிருக்குள் ஒளிக்கிறதே!

காணாமல் போய் விட்டோம் - ஆனால் இன்றும் ஒருவரை ஒருவர், தேடிக்கொண்டே தான் அலைகிறோம்.

உன்னை என்னிலும், என்னை உன்னிலும், நம் தேடல் என்றும் தொடர்ந்து கொண்டே, இருக்கும்.

தேடல் இனிமையானது!.

- ஆ. சத்யா (கண்ணனின் மீரா)

காலம் எனும் கடிகாரத்தில்

நேர்மையாக செயல்படுபவர்களை, பாராட்டவே ஆசை.
தன்னலமற்ற அரசியல்வாதியை,
காணவே ஆசை.

பொய்யற்ற மருத்துவவத்தை,
காத்திடவே ஆசை.
யாருமற்ற குழந்தையை,
சிரிக்க வைக்கவே ஆசை.

தேடிக் கொண்டு தான் இருக்கிறேன், குறிக்கோளை
அடைய சிறந்த வழிகளை!

விமர்சனங்களை வில்லில் விட்டுவிட்டு, எனக்கான
வெற்றியை நோக்கி,
ஓடிக் கொண்டிருக்கிறேன்.

விடாமுயற்சி எனும் எழுத்தாணியால், உலகே
வென்றுவிடலாம் என்ற ஆசையுடன்!.

- சு. தீபிகா

எழுத்துக்கள் விளைந்தது இறுகிய மனதில்

அறிவு மறந்து அகம் விரும்பினேன்,
குறை கூறி குழப்பிச் சென்றாள்.
புறம் அறிய சிரம் நீட்டினேன்,
குறை என்பது கானல் ஆனது.

உலகை உணர உன்னத வாய்ப்பளித்தாள் இருப்பினும்,
ஓயாத ரீங்காரமான நினைவுகள்.

ஒருநாளும் மறவேன்
மல்லியவள் வாசனையை,
எழுத்துக்கள் விளைந்தது
இறுகிய மனதில்,

மறுகி நிற்கையில் பெருகி அறுவடையானது,
அறுவடையை பதர் நீக்கி,
பாதுகாத்தேன்.

பாதுகாத்ததை ருசி கொடுத்து விருந்திட்டேன்.
விருந்தினர் முகத்தில்,
விருந்தின் சுவையறிந்தேன்.

நெகிழ்வான தருணமது மகிழ்வுடன் பறிமாறினேன் மனம் நிறைந்தது.

மற்றவர் வாழ்த்துகையில்,
வாழ்த்துக்களை வரிசையாக
அடுக்க முயல்கிறேன்.

அறிவானது புரணமைக்கப் பாடுபட வேண்டுமென்கிறது.

- வெ.நந்தகிருஷ்ணா

பட்டதாரியின் தேடல்

தந்தையின் கைகளில் தவழ்ந்து,
தாயின் மடியினில் தலைசாய்த்து,
தூங்கிய காலமோ அன்று!

இன்றோ,
தலையணையில்லா இரவுகளின் தனிமையில்
தவிதவித்தும்,
பட்டதாரியாய் நின்றும் பணியுமில்லை பணமுமில்லை.

பசியிருந்தும் பத்துநாட்களுக்கு,
ஒரு முறை உணவு உண்ணும் உருப்பிடாத உலகத்தில்
வேலையில்லாத,

வேதனை மிகுந்த பட்டதாரியாய் நின்று, வாழ்வின்
தேடலை தேடும்
தேடலின் நாயகனாய் நான்!.

- உன் சிரிப்பில் நான்

எழுத்தை நோக்கி

என் எதிர் கால கனவை எண்ணி, கற்பனையில் மிதந்து, கொண்டிருந்தேன்!

கனவு வெறும் கனவாக போகிறது; நினைவை எப்போதும் எதிர்காலத்தின் மீது, வைக்க வேண்டும்.

நிகழ்காலத்தை தொலைத்து, எதிர்காலத்தை இழந்து விடாமல்,

நல்ல எழுத்தாளர் ஆகவேண்டும் - என்ற எனது கனவை நிறைவேற்ற முயற்சிப்பேன்.

அதுவே,
வாழ்க்கையின் தேடல்!.

- நந்தினிமாரப்பன்

தேடித் தொலைந்தவை

உணவு, உடை, உறைவிடம்,
இதற்காகவே ஒரு வாழ்க்கை என,

தகர்த்திட முடியாத விலங்கிற்குள், தஞ்சமாகித் தான்
போகிறது சில நெஞ்சங்கள்!

கொண்டவர்க்காக, குழந்தைக்காக, சொந்தத்திற்காக,
சமுதாயத்திற்காக,
வாழ்ந்து வாழ்ந்து தனக்காக வாழ்வதையே,
தகனம் செய்து கொள்கிறது மனது.

சண்டையும், வாக்குவாதங்களும்
ஒரு மொழி எனில்,
மௌனம் இன்னொரு மொழியாய், வாழ்வை வாழ்ந்து
கொண்டிருக்கும்.

சிக்கனங்களுக்குள் சின்ன சின்ன ஆசைகள் கூட சிதைந்து
போயிருக்கும்.
பெரும்பாலும் புலம்பல்களை, புன்னகைகளே ஒளித்து
வைத்திருக்கும்.

மறைந்த நேசம்தனில் கடமைகள்
செய்வது கூட, கொத்தடிமையாகவே உணரச் செய்யும்.
ஒவ்வொரு ஏமாற்றமும்,
"நாளை மாறும்" என்ற
இன்னொரு ஏமாற்றத்தையே ஏந்தி, நிற்பதை மறந்தும்
போயிருப்போம்.

அடிமை விலங்கிடவில்லைதான் ஆனாலும், சுதந்திரம்
எனும் சாவியைத்
தேடித் தேடியே,
வாழாத வாழ்க்கைக்குள்ளே,
தொலைந்தே போயிருப்போம்!.

- கலை கனி

www.ingramcontent.com/pod-product-compliance
Lightning Source LLC
LaVergne TN
LVHW040336171026
850499LV00046B/2096

9789391423087